ਪਹਿਲੀ ਤਸਵੀਰੀ ਡਿਕਸ਼ਨਰੀ

ਜਾਨਵਰ

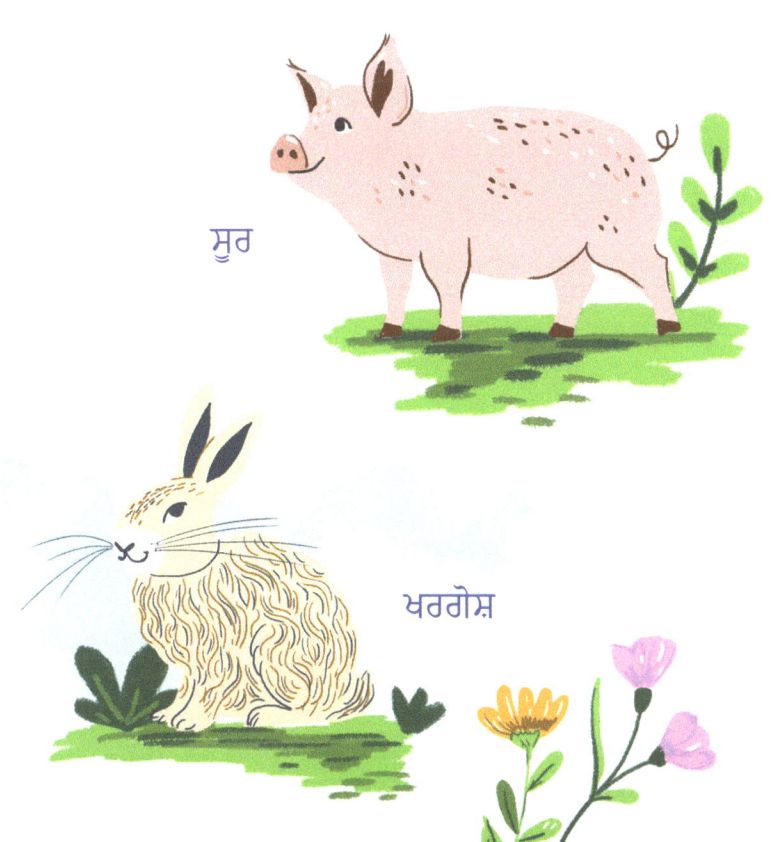

ਸੂਰ

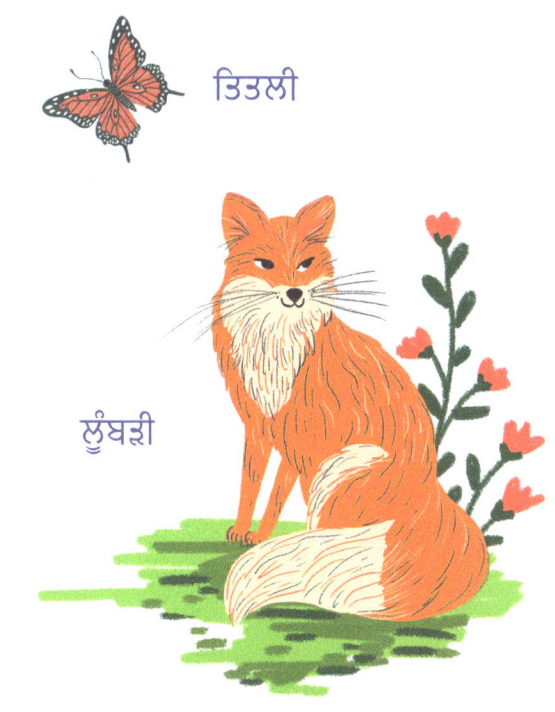

ਤਿਤਲੀ

ਲੂੰਬੜੀ

ਖਰਗੋਸ਼

ਐਨਾ ਇਵਾਨੀਰ ਦੁਆਰਾ ਚਤਿਰਤਿ

www.kidkiddos.com
Copyright ©2025 by KidKiddos Books Ltd.
support@kidkiddos.com

All rights reserved. No part of this book may be reproduced in any form or by any electronic or mechanical means, including information storage and retrieval systems, without written permission from the publisher, except in the case of a reviewer, who may quote brief passages embodied in critical articles or in a review.
First edition, 2025

Library and Archives Canada Cataloguing in Publication
First Picture Dictionary – Animals (Punjabi edition)
ISBN: 978-1-83416-723-7 paperback
ISBN: 978-1-83416-724-4 hardcover
ISBN: 978-1-83416-722-0 eBook

ਜੰਗਲੀ ਜਾਨਵਰ

ਸ਼ੇਰ

ਬਾਘ

ਜਿਰਾਫ਼

✦ਜਿਰਾਫ਼ ਧਰਤੀ ਉੱਤੇ ਸਭ ਤੋਂ ਉੱਚਾ ਜਾਨਵਰ ਹੈ।

ਹਾਥੀ

ਬਾਂਦਰ

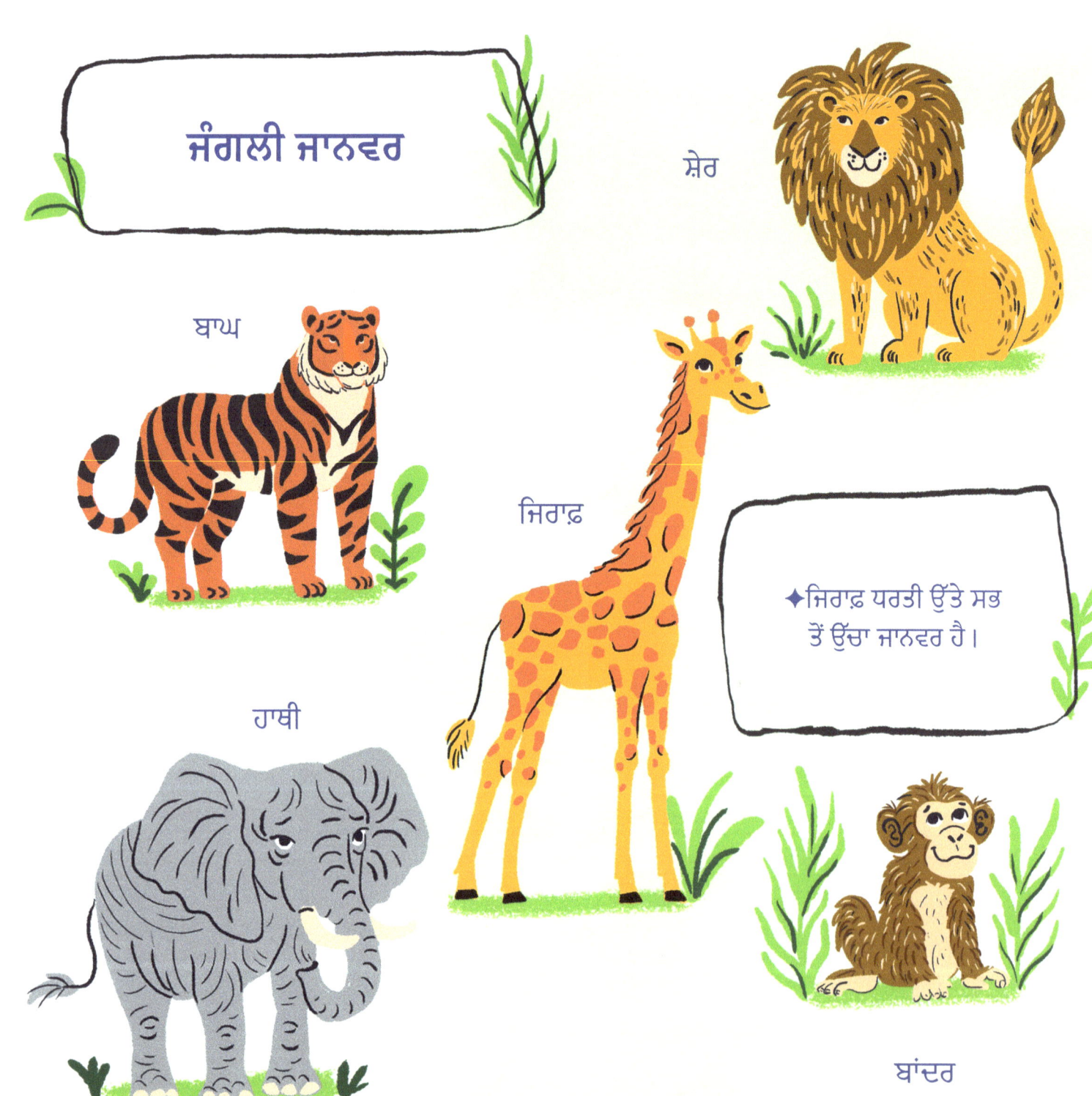

ਰਿੱਛ

ਕੰਗਾਰੂ

ਮਗਰਮੱਛ

ਊਠ

ਜ਼ੀਬਰਾ

ਜੰਗਲੀ ਜਾਨਵਰ

ਦਰਿਆਈ ਘੋੜਾ

ਪਾਂਡਾ

ਲੂੰਬੜੀ

ਹਿਰਨ

ਗੈਂਡਾ

ਮੂਜ਼

ਭੇੜੀਆ

◆ਮੂਜ਼ ਬਹੁਤ ਵਧੀਆ ਤੈਰਾਕ ਹੈ ਅਤੇ ਪਾਣੀ ਦੇ ਹੇਠਾਂ ਪੌਦੇ ਖਾਣ ਲਈ ਡੁੱਬ ਸਕਦਾ ਹੈ!

ਗਿਲਹਿਰੀ

ਕੋਆਲਾ

◆ਗਿਲਹਿਰੀ ਸਰਦੀ ਲਈ ਬਦਾਮ ਲੁਕਾਂਦੀ ਹੈ, ਪਰ ਕਈ ਵਾਰ ਭੁੱਲ ਜਾਂਦੀ ਹੈ ਕਿ ਉਹਨਾਂ ਨੂੰ ਕਿੱਥੇ ਰੱਖਿਆ ਸੀ!

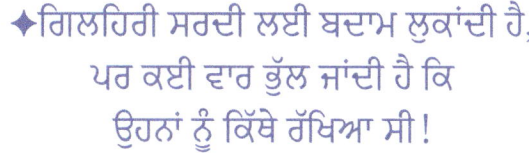

ਗੋਰਿਲਾ

ਪਾਲਤੂ ਜਾਨਵਰ

ਕਨੇਰੀ

ਗਿਨੀ ਪਿੱਗ

◆ ਡੱਡੂ ਆਪਣੀ ਤਵਚਾ ਅਤੇ ਫੇਫੜਿਆਂ ਦੋਨੋਂ ਨਾਲ ਸਾਹ ਲੈ ਸਕਦਾ ਹੈ!

ਡੱਡੂ

ਹੈਮਸਟਰ

ਸੁਨਹਿਰੀ ਮੱਛੀ

ਕੁੱਤਾ

◆ ਕੁਝ ਤੋਤੇ ਸ਼ਬਦਾਂ ਦੀ ਨਕਲ ਕਰ ਸਕਦੇ ਹਨ ਅਤੇ ਇਨਸਾਨ ਵਾਂਗ ਹੱਸ ਵੀ ਸਕਦੇ ਹਨ!

ਤੋਤਾ

ਬਿੱਲੀ

ਖੇਤ ਦੇ ਜਾਨਵਰ

ਗਾਂ

ਕੁੱਕੜੀ

ਬੱਤਖ਼

ਭੇਡ

ਘੋੜਾ

ਸੂਰ

ਖਰਗੋਸ਼

ਲਾਮਾ

✦ਬੱਕਰੀ ਖੜੇ ਪੱਥਰਾਂ ਅਤੇ ਇੱਥੋਂ ਤਕ ਕਿ ਦਰੱਖਤਾਂ 'ਤੇ ਵੀ ਚੜ੍ਹ ਸਕਦੀ ਹੈ!

ਬੱਕਰੀ

ਮੋਰ

ਟਰਕੀ

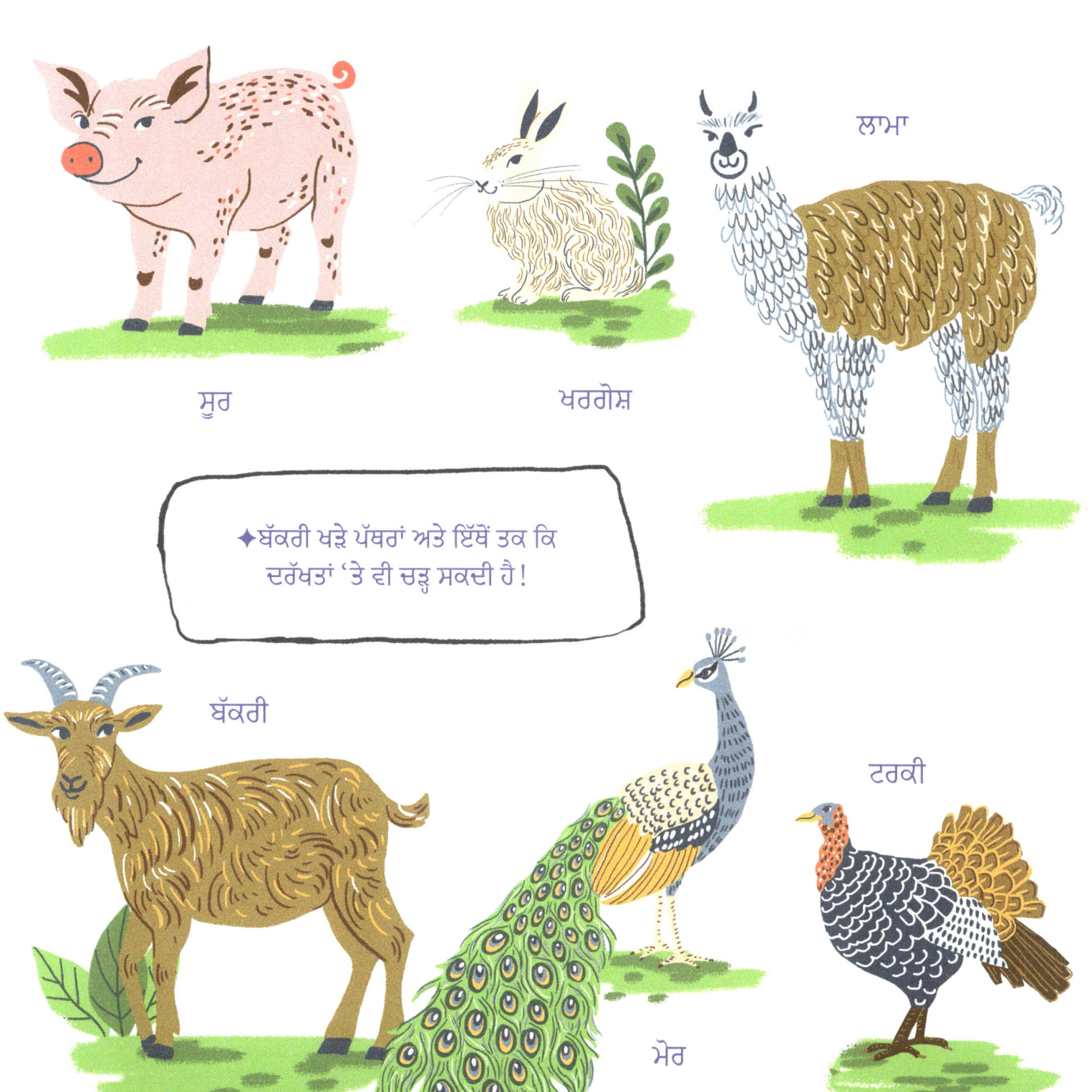

ਪਾਣੀ ਵਿੱਚ ਰਹਿਣ ਵਾਲੇ ਜਾਨਵਰ

ਪ੍ਰਵਾਲ

ਅੱਠਭੁਜ

ਡੋਲਫ਼ਿਨ

ਜੈਲੀਫ਼ਿਸ਼

✦ਅੱਠਭੁਜ ਦੇ ਤਿੰਨ ਦਿਲ ਹੁੰਦੇ ਹਨ ਅਤੇ ਉਹ ਲੁਕਣ ਲਈ ਆਪਣਾ ਰੰਗ ਬਦਲ ਸਕਦਾ ਹੈ!

ਸਮੁੰਦਰੀ ਘੋੜਾ

ਸ਼ਾਰਕ

ਲੋਬਸਟਰ

ਵੌਲਰਸ

✦ਲੋਬਸਟਰ ਦਾ ਖ਼ੂਨ ਨੀਲਾ ਹੁੰਦਾ ਹੈ।

✦ਸੀਲ ਪਾਣੀ ਦੇ ਹੇਠਾਂ ਡੁੱਬਣ ਸਮੇਂ
30 ਮਿੰਟ ਤੱਕ ਸਾਹ ਰੋਕ ਸਕਦੀ ਹੈ!

ਸੀਲ

ਕੇਕੜਾ

ਆਕਾਸ਼ ਵਿੱਚ ਰਹਿਣ ਵਾਲੇ ਜਾਨਵਰ

ਕੁਠਖੋਦ

ਸਮੁੰਦਰੀ ਚਿੜੀ

✦ਬਾਜ ਆਸਮਾਨ ਦੀਆਂ ਉੱਚਾਈਆਂ ਤੋਂ ਵੀ ਇੱਕ ਛੋਟੀ ਚੂਹੀ ਨੂੰ ਦੇਖ ਸਕਦਾ ਹੈ!

ਚੀਲ

ਕਬੂਤਰ

ਬਾਜ

✦ਡ੍ਰੈਗਨਫ਼ਲਾਈ ਧਰਤੀ ‘ਤੇ ਸਭ ਤੋਂ ਪਹਿਲੀਆਂ
ਕੀਟਾਂ ਵਿੱਚੋਂ ਇੱਕ ਸੀ, ਡਾਇਨਾਸੋਰਾਂ ਤੋਂ ਵੀ ਪਹਿਲਾਂ!

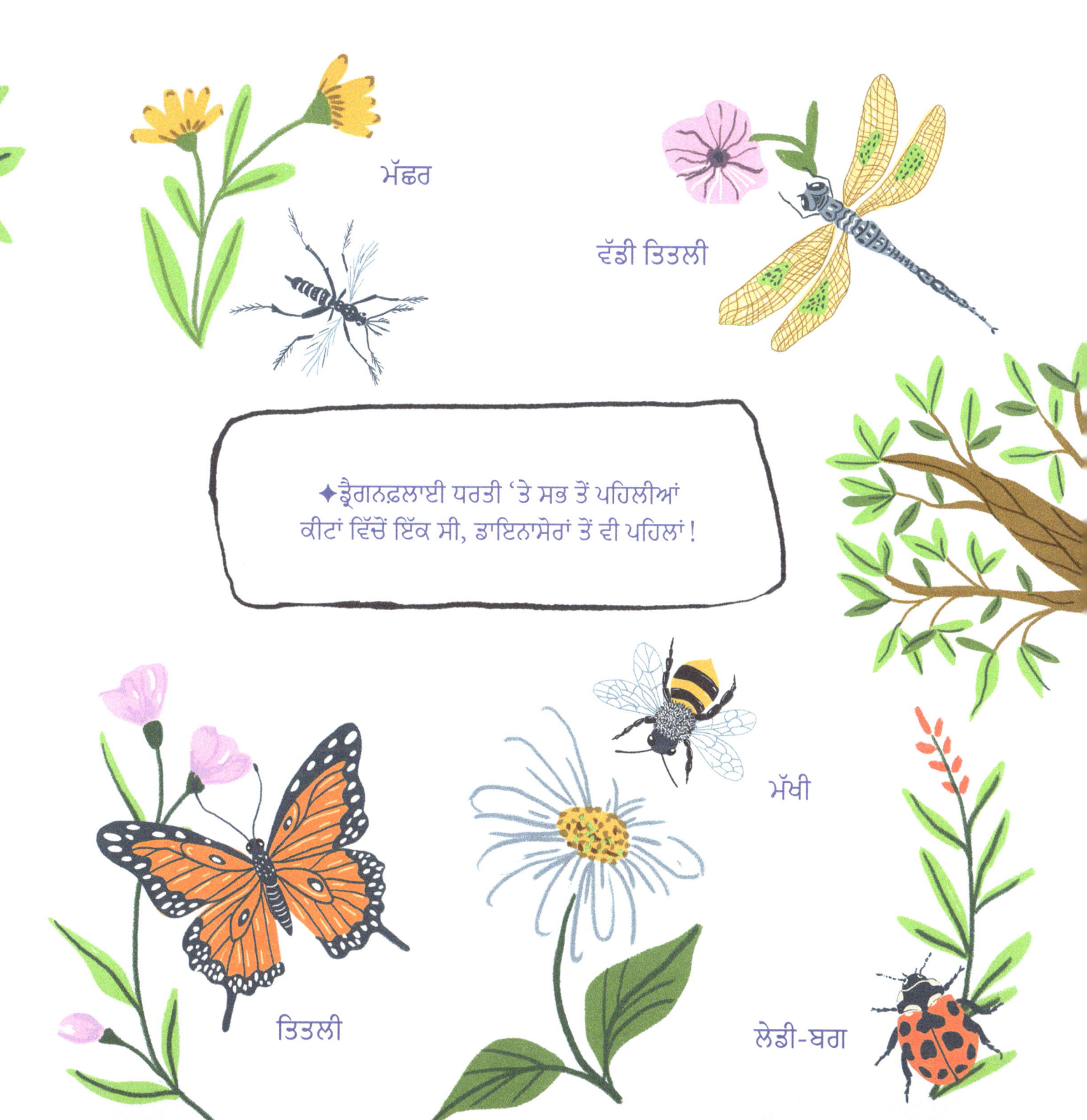

ਧਰਤੀ 'ਤੇ ਰਹਿਣ ਵਾਲੇ ਜਾਨਵਰ

ਟਿੱਡਾ

ਸੱਪ

✦ਸੱਪ ਆਪਣੀ ਨੱਕ ਦੀ ਬਜਾਏ
ਆਪਣੀ ਜੀਭ ਨਾਲ ਸੁੰਘਦਾ ਹੈ!

ਚੀਟੀਖੋਰ

ਕੀੜਾ

ਇੱਲੀ

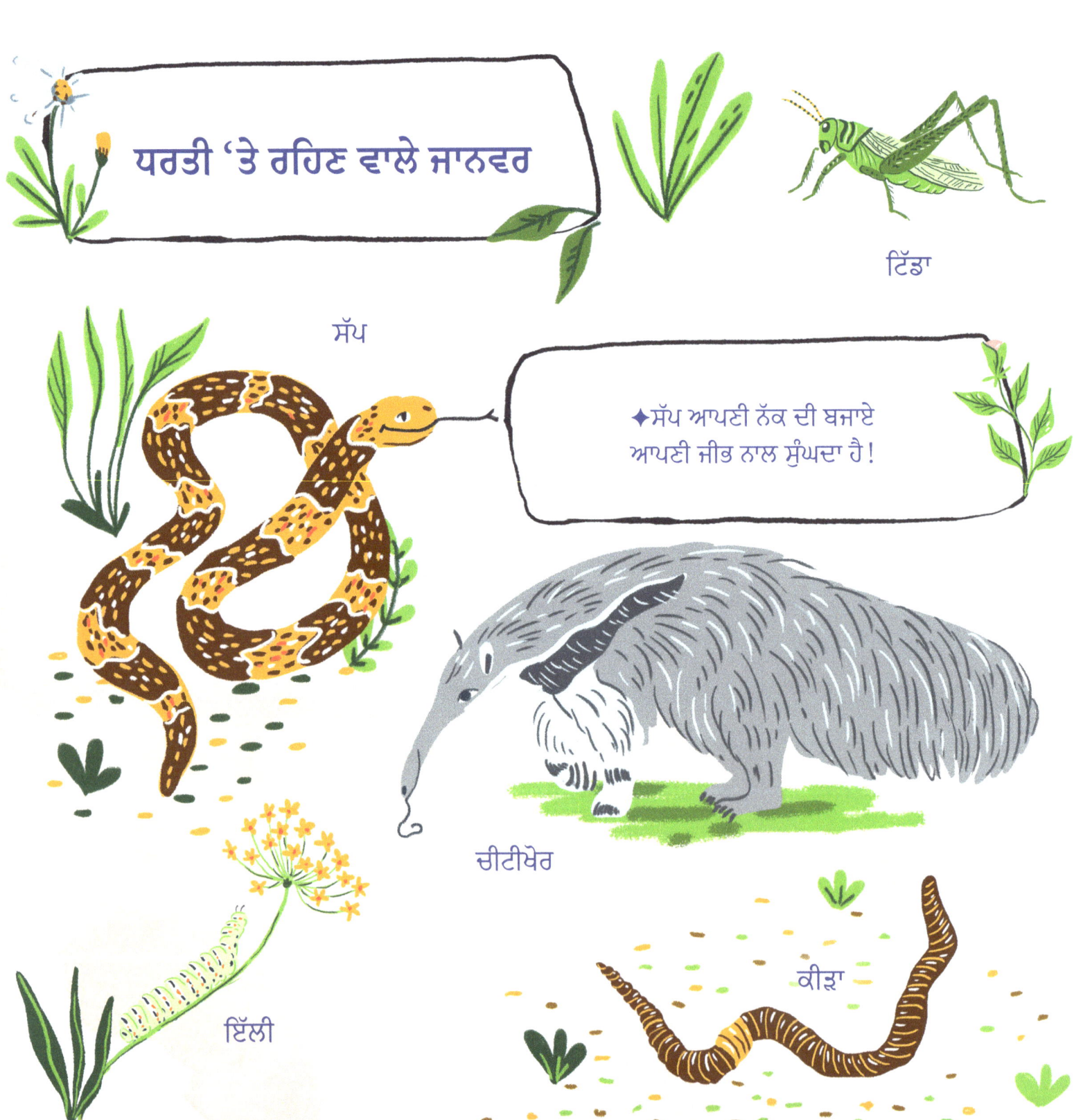

ਬੇਜਰ

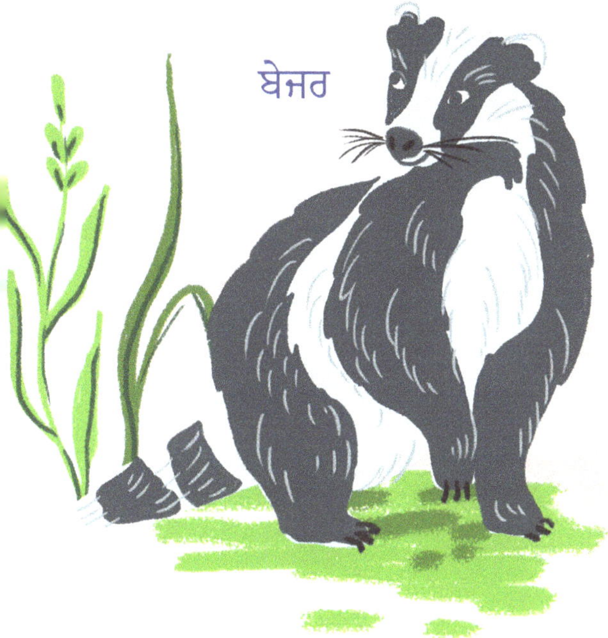

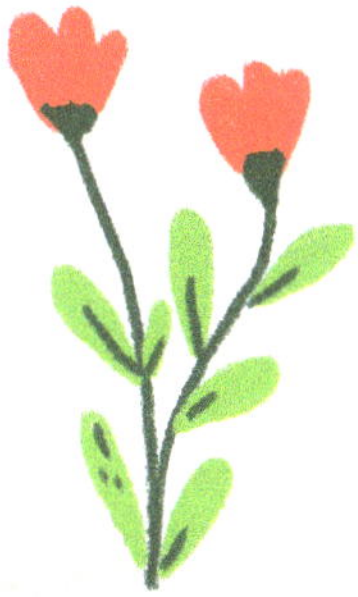

ਸਾਹੀ

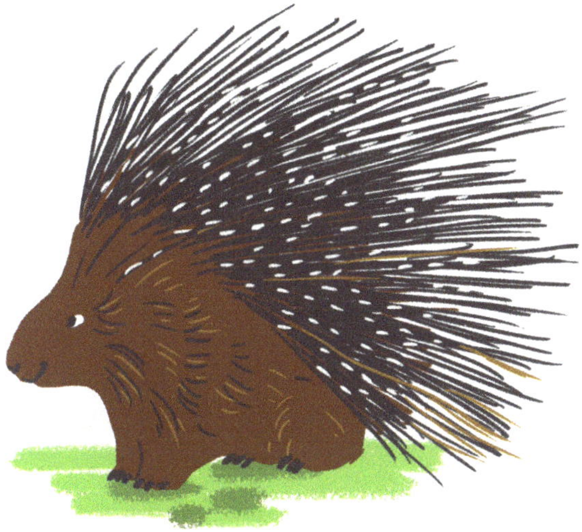

ਮਾਰਮੋਟ

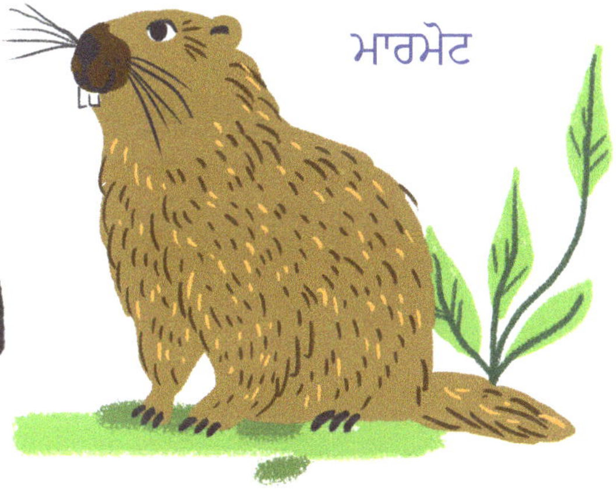

✦ਛਿਪਕਲੀ ਆਪਣੀ ਪੁੱਛ ਖੋਣ
'ਤੇ ਨਵੀਂ ਪੁੱਛ ਉਗਾ ਸਕਦੀ ਹੈ!

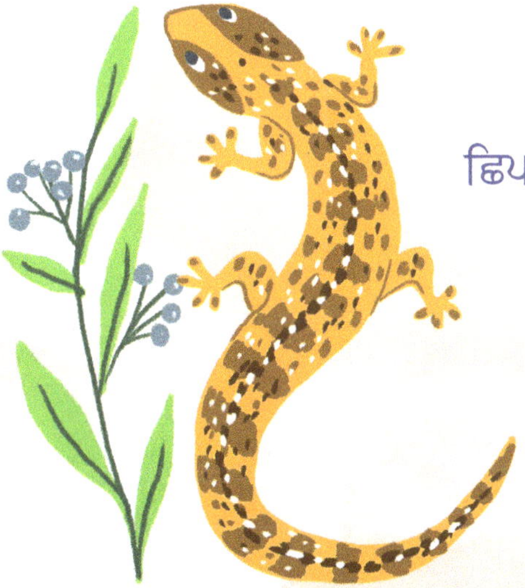

ਛਿਪਕਲੀ

ਕੀੜੀ

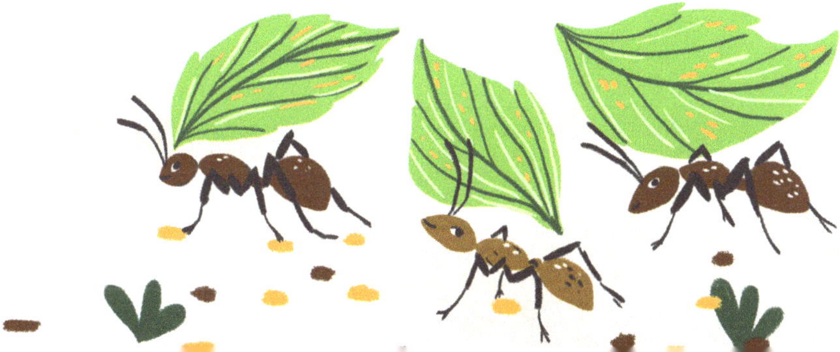

ਜਾਦੂਈ ਜਾਨਵਰ

ਇਕਸਿੰਗੀ ਘੋੜਾ

ਪੈਗਾਸਸ

ਅਜਗਰ

ਜਲਪਰੀ

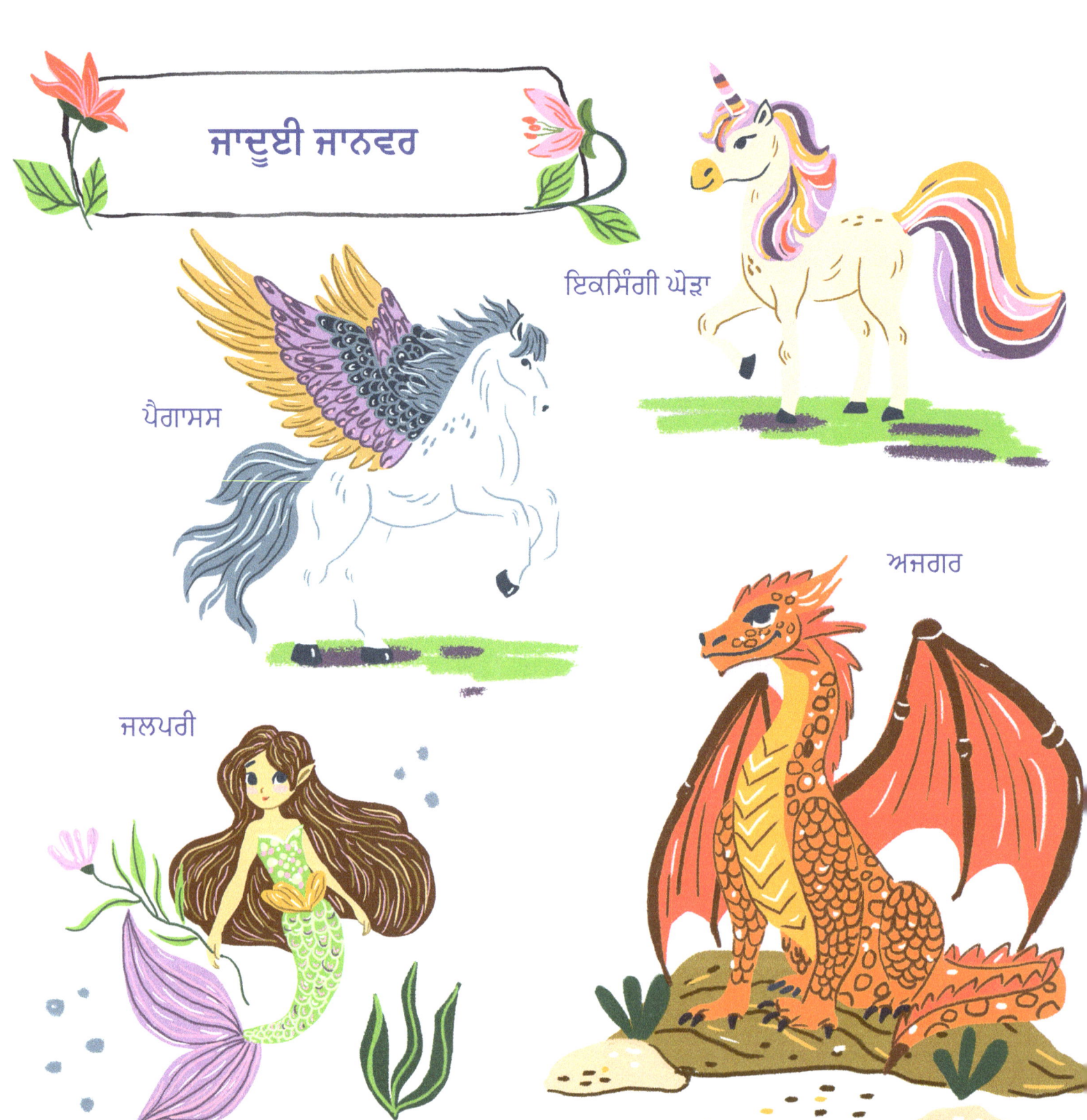

ਜੰਗਲੀ ਬਿਲੀਆਂ

ਪੂਮਾ

ਸ਼ੇਰ

ਚੀਤਾ

✦ਚੀਤਾ ਧਰਤੀ 'ਤੇ ਸਭ ਤੋਂ ਤੇਜ਼ ਜਾਨਵਰ ਹੈ।

ਲਿੰਕਸ

ਪੈਂਥਰ

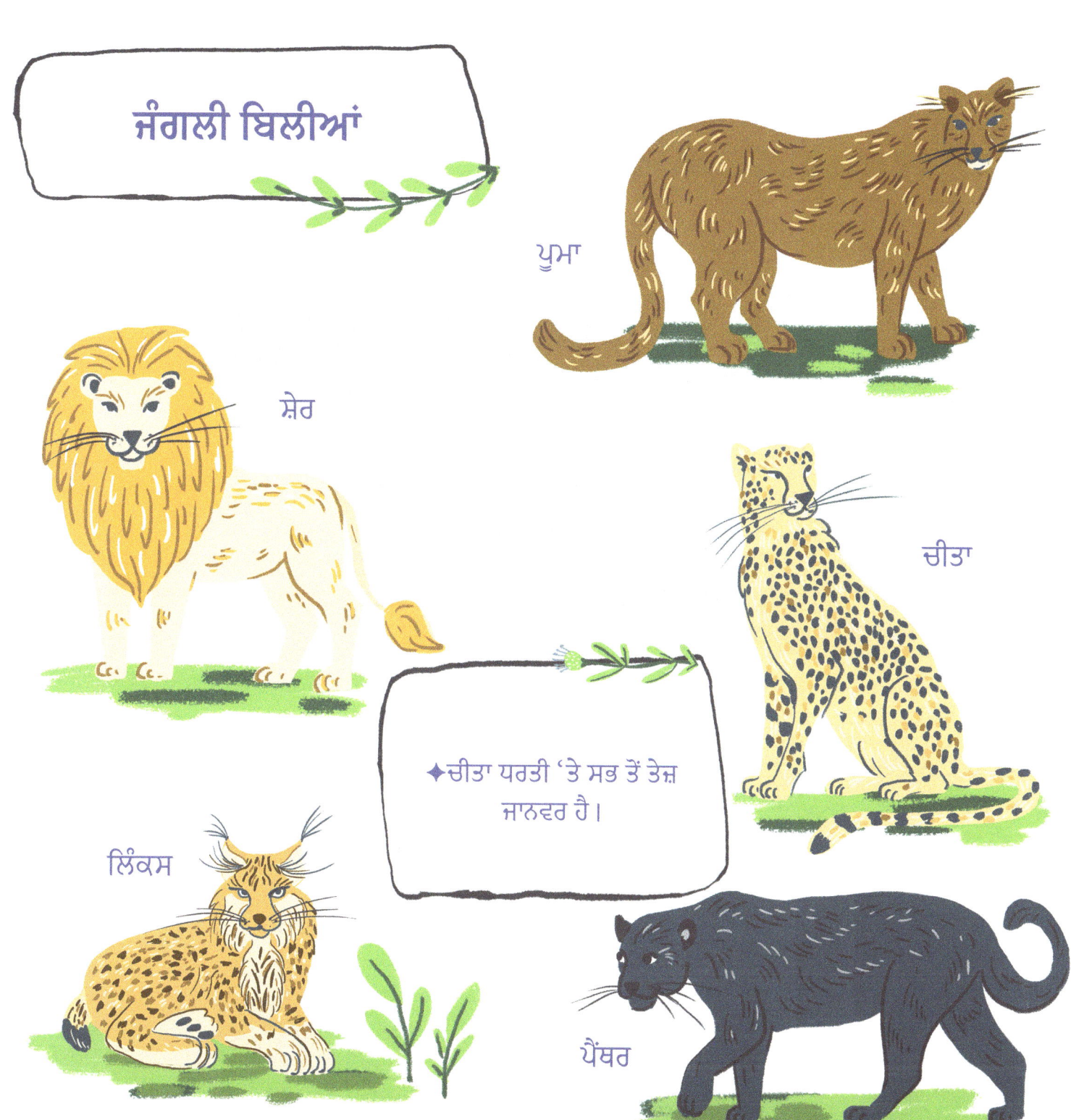

ਵੱਡੇ ਜਾਨਵਰ

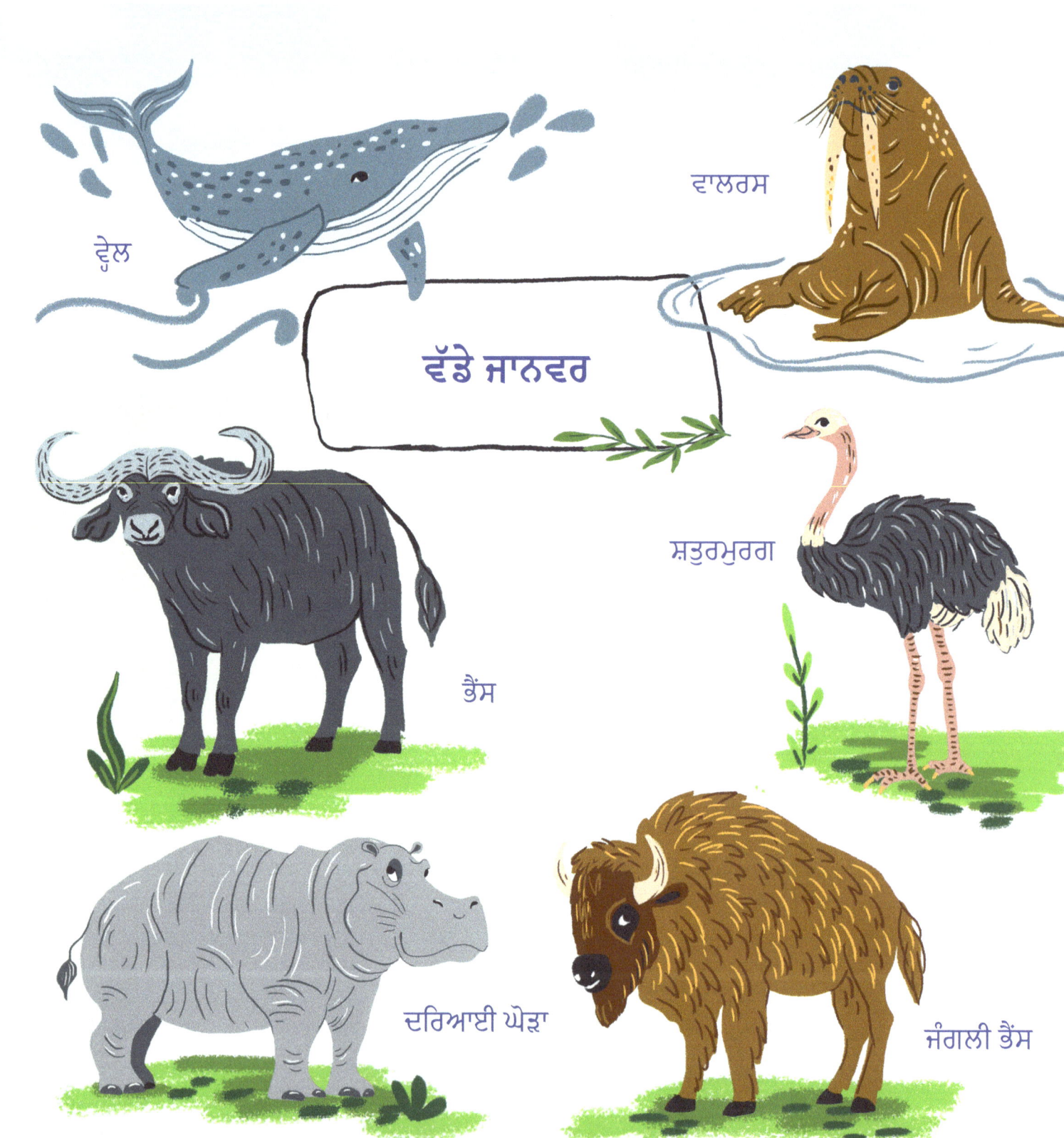

ਛੋਟੇ ਜਾਨਵਰ

ਗਿਰਗਿੱਟ

ਮਕੜੀ

✦ਸ਼ੁਤਰਮੁਰਗ ਸਭ ਤੋਂ ਵੱਡਾ ਪੰਛੀ ਹੈ,
ਪਰ ਇਹ ਉੱਡ ਨਹੀਂ ਸਕਦਾ!

ਮੱਖੀ

✦ਘੋਂਘਾ ਆਪਣਾ ਘਰ ਆਪਣੀ ਪਿੱਠ 'ਤੇ
ਲਿਜਾਂਦਾ ਹੈ ਅਤੇ ਬਹੁਤ ਹੌਲੀ ਚਲਦਾ ਹੈ।

ਘੋਂਘਾ

ਚੂਹਾ

ਸ਼ਾਂਤ ਜਾਨਵਰ

ਕੱਛੂਆ

ਲੇਡੀਬਗ

✦ਕੱਛੂਆ ਧਰਤੀ ਤੇ ਵੀ ਅਤੇ ਪਾਣੀ
ਵਿੱਚ ਵੀ ਰਹਿ ਸਕਦਾ ਹੈ।

ਮੱਛੀ

ਛਿਪਕਲੀ

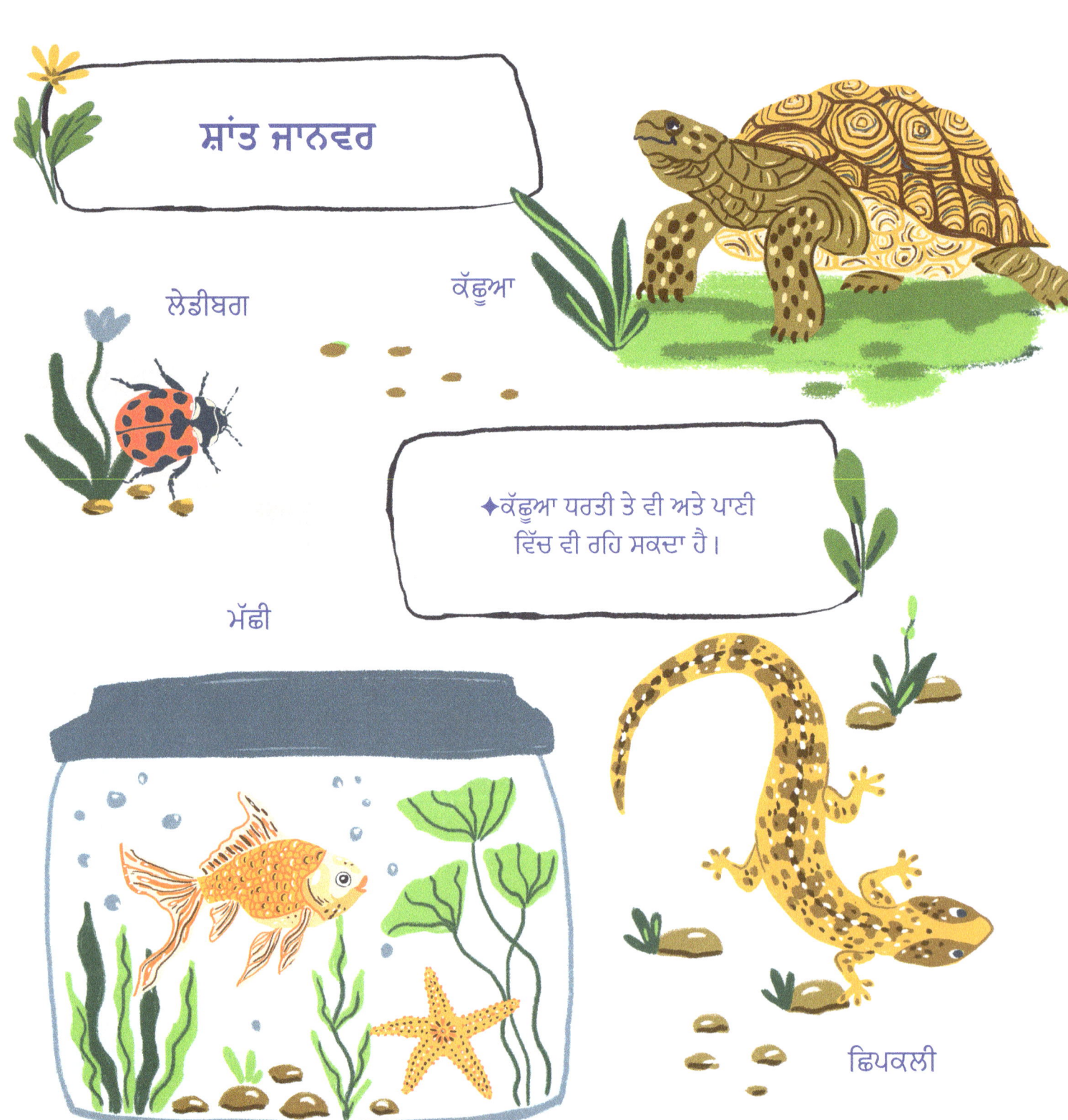

ਸ਼ੋਰ ਕਰਨ ਵਾਲੇ ਜਾਨਵਰ

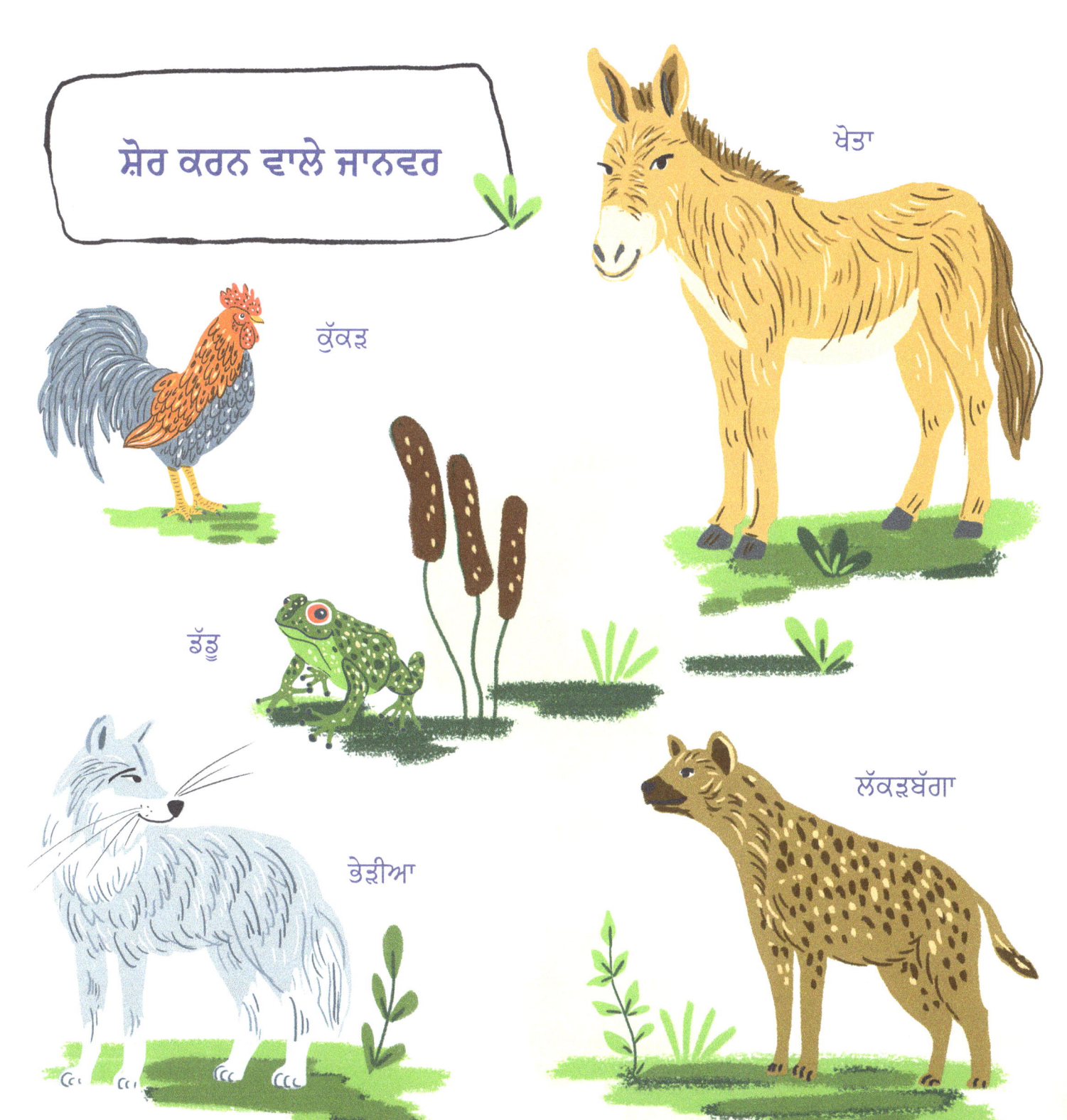

ਧ੍ਰੁਵੀ ਜਾਨਵਰ

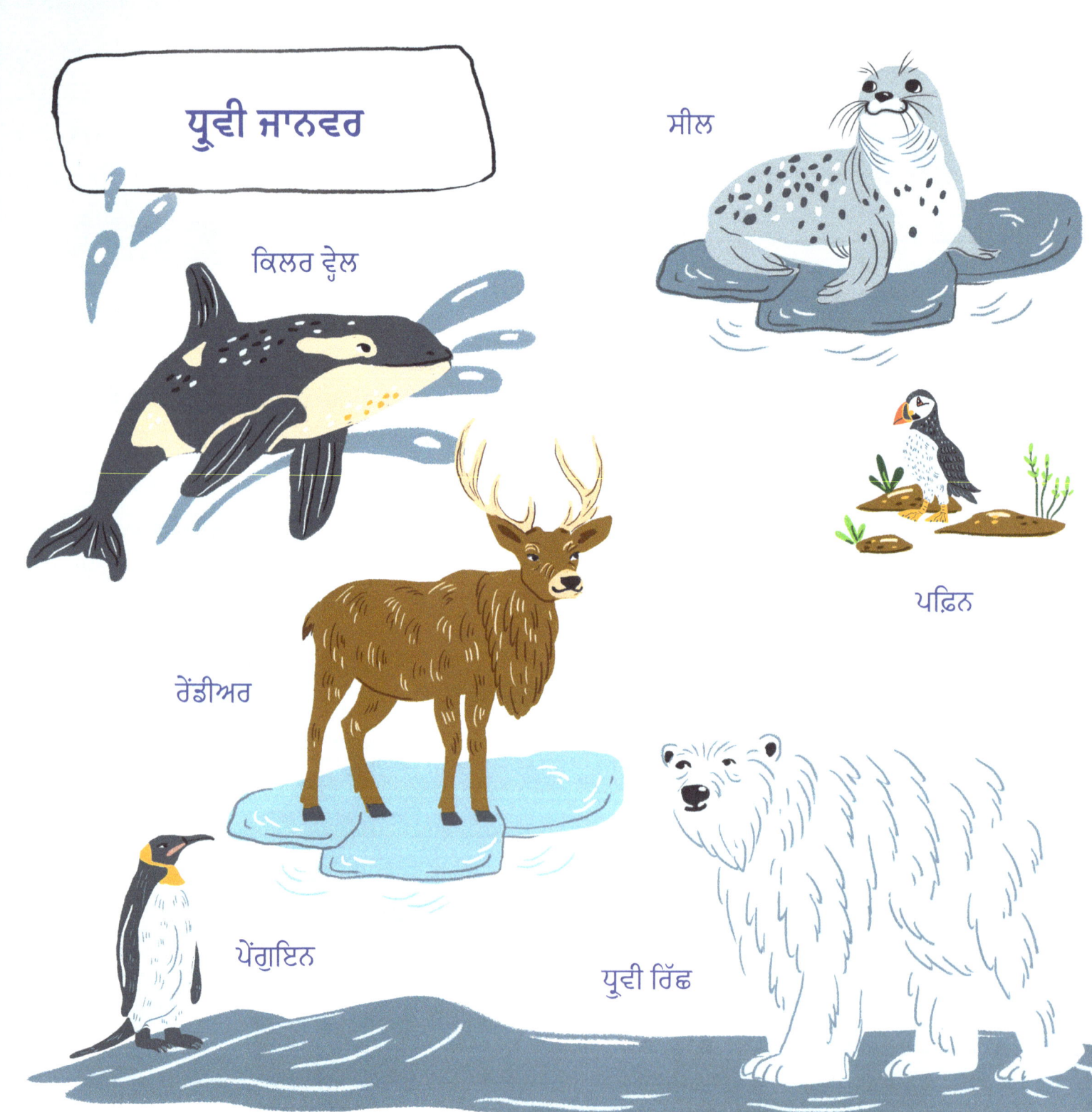

ਜੰਗਲ ਦੇ ਜਾਨਵਰ

ਓਰੰਗੁਟਾਂ

ਪੈਂਥਰ

ਟੂਕਨ

ਗੋਰਿਲਾ

ਇਗੁਆਨਾ

ਐਨਾਕੋਂਡਾ

ਆਲਸੀ ਜਾਨਵਰ

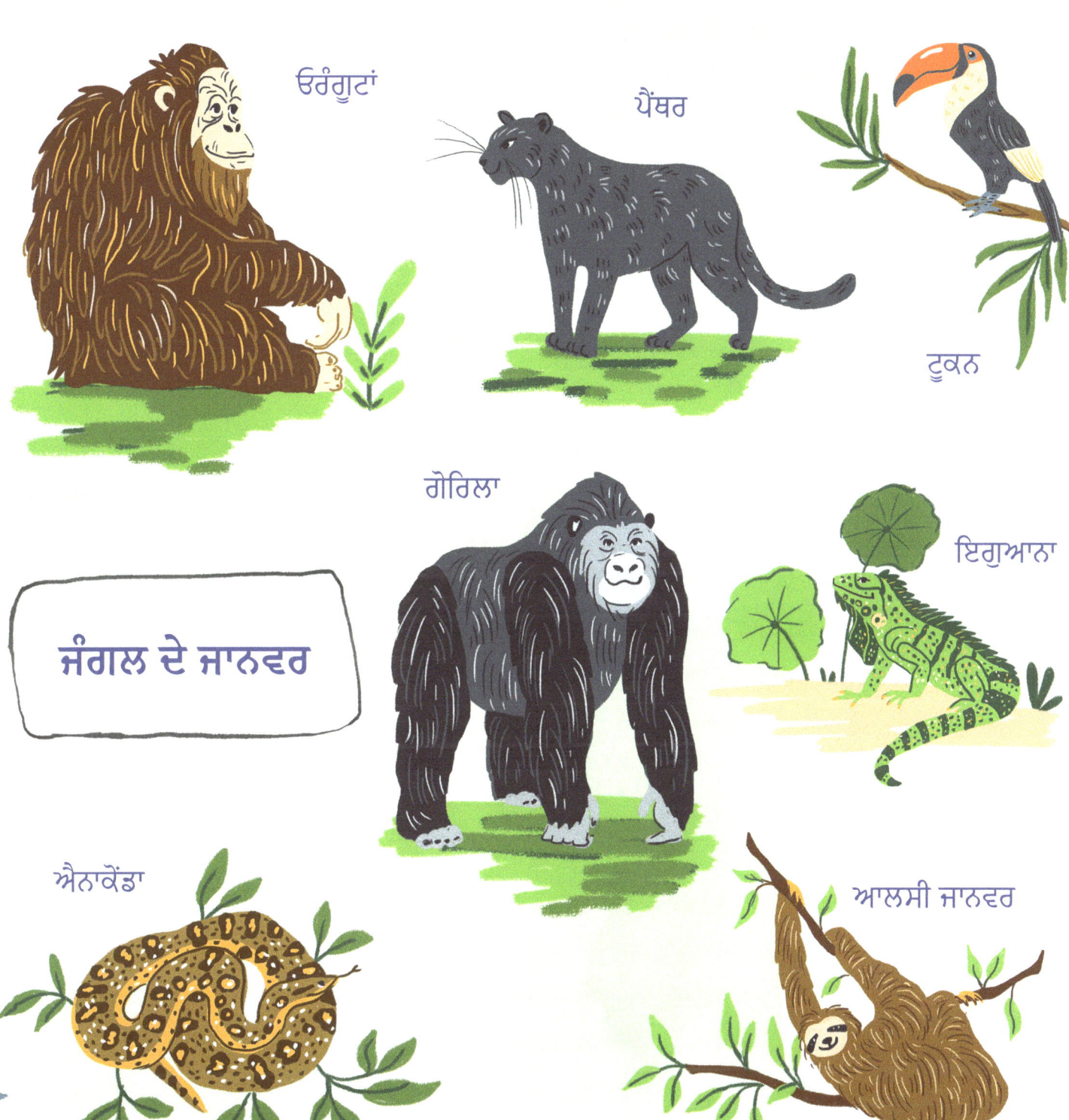

ਰਾਤ ਨੂੰ ਸਰਗਰਮ ਜਾਨਵਰ

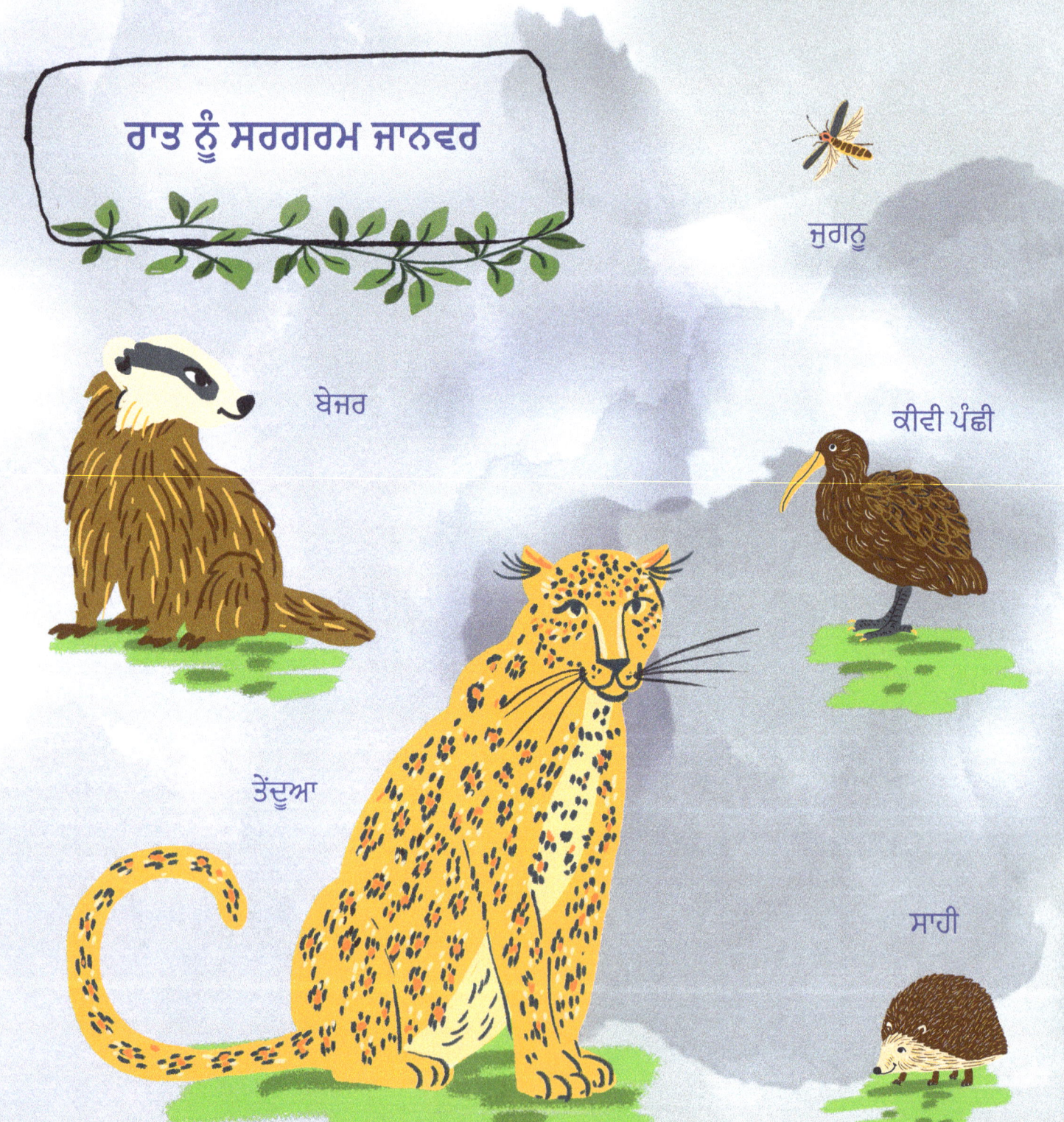

ਉੱਲੂ

ਚਮਗਾਦੜ

◆ ਉੱਲੂ ਰਾਤ ਨੂੰ ਸ਼ਿਕਾਰ ਕਰਦਾ ਹੈ ਅਤੇ ਖਾਣਾ ਲੱਭਣ ਲਈ ਆਪਣੀ ਸੁਣਨ ਦੀ ਸਮਰੱਥਾ ਵਰਤਦਾ ਹੈ !

◆ ਜੁਗਨੂ ਰਾਤ ਨੂੰ ਚਮਕਦਾ ਹੈ ਤਾਂ ਜੋ ਹੋਰ ਜੁਗਨੂਆਂ ਨੂੰ ਲੱਭ ਸਕੇ।

ਰੈਕੂਨ

ਟੈਰੈਂਟੂਲਾ

ਰੰਗ-ਬਿਰੰਗੇ ਜਾਨਵਰ

ਫ਼ਲੇਮਿੰਗੋ ਗੁਲਾਬੀ ਹੁੰਦਾ ਹੈ

ਉੱਲੂ ਭੂਰਾ ਹੁੰਦਾ ਹੈ

ਹੰਸ ਚਿੱਟਾ ਹੁੰਦਾ ਹੈ

ਅੱਠਭੁਜ ਜਾਮਨੀ ਹੁੰਦਾ ਹੈ

ਡੱਡੂ ਹਰਾ ਹੁੰਦਾ ਹੈ

◆ ਡੱਡੂ ਹਰਾ ਹੁੰਦਾ ਹੈ, ਇਸ ਲਈ ਉਹ ਪੱਤਿਆਂ ਵਿਚ ਲੁਕ ਸਕਦਾ ਹੈ।

ਧ੍ਰੁਵੀ ਰਿੱਛ ਚਿੱਟਾ
ਹੁੰਦਾ ਹੈ

ਲੂੰਬੜੀ ਸੰਤਰੀ ਹੁੰਦੀ ਹੈ

ਕੋਆਲਾ ਸਲੇਟੀ ਹੁੰਦਾ ਹੈ

ਪੈਂਥਰ ਕਾਲਾ ਹੁੰਦਾ ਹੈ

ਚੂਜ਼ਾ ਪੀਲਾ ਹੁੰਦਾ ਹੈ

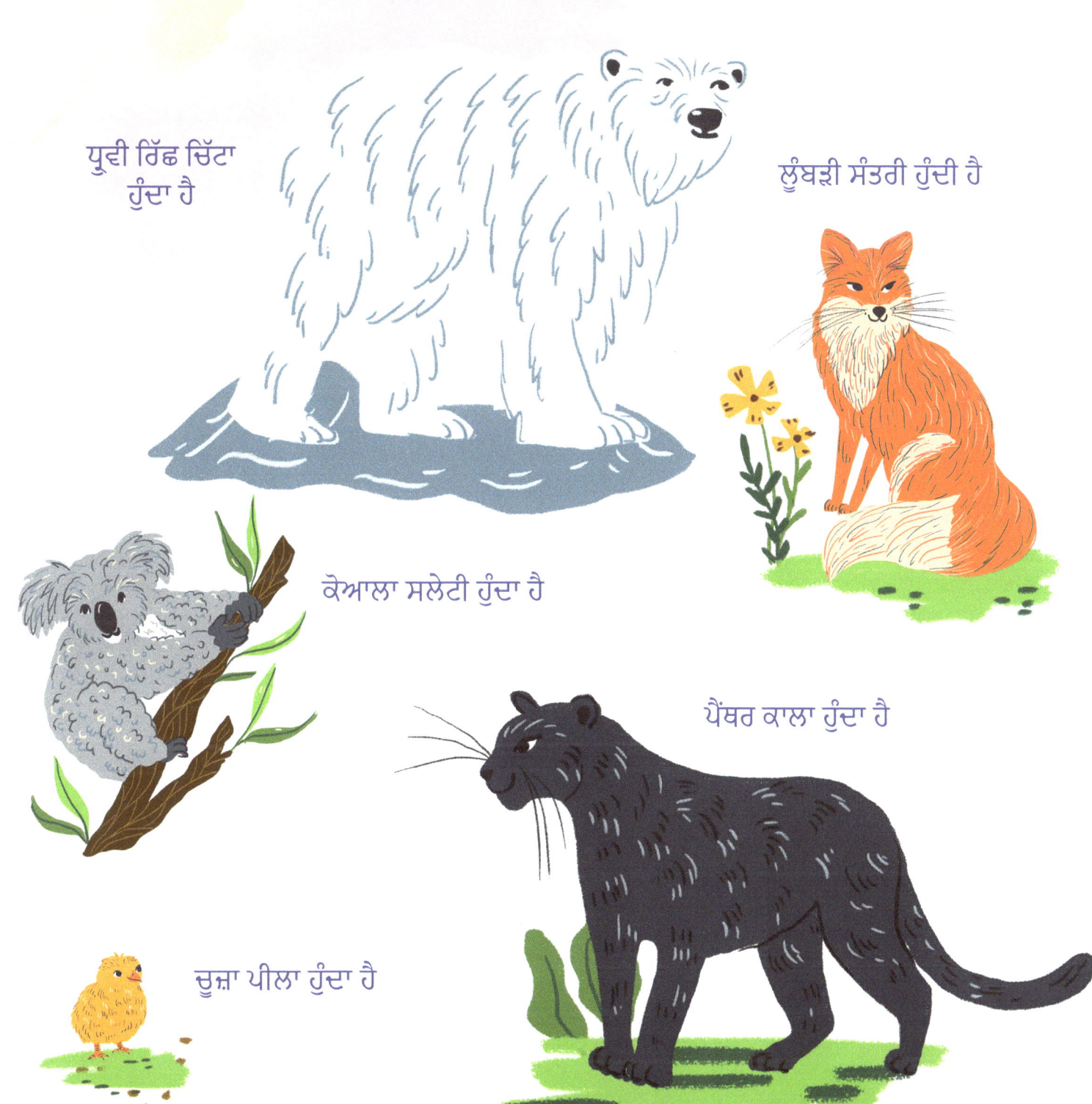

ਜਾਨਵਰ ਅਤੇ ਉਹਨਾਂ ਦੇ ਬੱਚੇ

ਗਾਂ ਅਤੇ ਬੱਛਾ

ਬਿੱਲੀ ਅਤੇ ਬਿੱਲੀ ਦਾ ਬੱਚਾ

◆ ਚੂਜ਼ਾ ਅੰਡੇ ਤੋਂ ਨਿਕਲਣ ਤੋਂ ਪਹਿਲਾਂ ਹੀ ਆਪਣੀ ਮਾਂ ਨਾਲ "ਗੱਲਾਂ" ਕਰਦਾ ਹੈ।

ਕੁੱਕੜੀ ਅਤੇ ਚੂਜ਼ਾ

ਕੁੱਤਾ ਅਤੇ ਪਿੱਲਾ

ਤਿਤਲੀ ਅਤੇ ਇੱਲੀ

ਭੇਡ ਅਤੇ ਮੇਮਣਾ

ਘੋੜਾ ਅਤੇ ਘੋੜੇ ਦਾ ਬੱਚਾ

ਸੂਰ ਅਤੇ ਸੂਰ ਦਾ ਬੱਚਾ

ਬੱਕਰੀ ਅਤੇ ਬੱਕਰੀ ਦਾ ਬੱਚਾ

www.ingramcontent.com/pod-product-compliance
Lightning Source LLC
LaVergne TN
LVHW072102060526
838200LV00061B/4791